20个必学象形图字 - 4
习字及著色本

20 Must-learn Pictographic **Simplified** Chinese Workbook

4

Coloring, Handwriting, Pinyin

白雲

20 Must-Learn Pictographic Simplified Chinese Workbook 4
Coloring, Handwriting, Pinyin

Illustrated by Chris Huang
Edited by Iris Chiou
Proof Read by Catherine Farkas
Published by Cloud Chinese
All copyrights © by Chuming Huang
Inside 44 pages Black & White
Paperback Color with Matte finished
Printed in US
ISBN 13 : 978-1-954729-95-7
Reference ID: 001
Language: : Chinese
Publication Date: 2021, Jan 2nd

Cloud Chinese, Wilmette, IL, USA
www.mycloudchinese.com
myeasyshows@gmail.com

TABLE OF CONTENTS

我 P. 04

星 P. 06

在 P. 08

坐 P. 10

去 P. 12

肚 P. 14

和 P. 16

肉 P. 18

目 P. 20

耳 P. 22

舌 P. 24

牙 P. 26

心 P. 28

好 P. 30

正 P. 32

雪 P. 34

地 P. 36

竹 P. 38

你 P. 40

他 P. 42

I, ME

我

wǒ

wǒ

wǒ de
我 的

wǒ	wǒ	wǒ	wǒ	wǒ
wǒ	wǒ			

STAR

星

xīng

xīng   xing

星 星

xīng

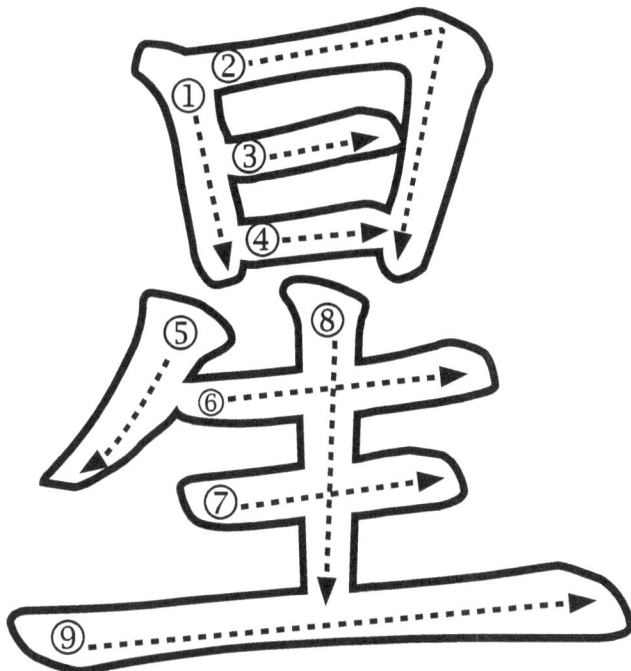

xīng	xīng	xīng	xīng	xīng
丨	冂	日	日	日
xīng	xīng	xīng	xīng	
旦	旦	早	星	

AT, IN, ON

在 zài

zài

在

zài zhè lǐ
在这里

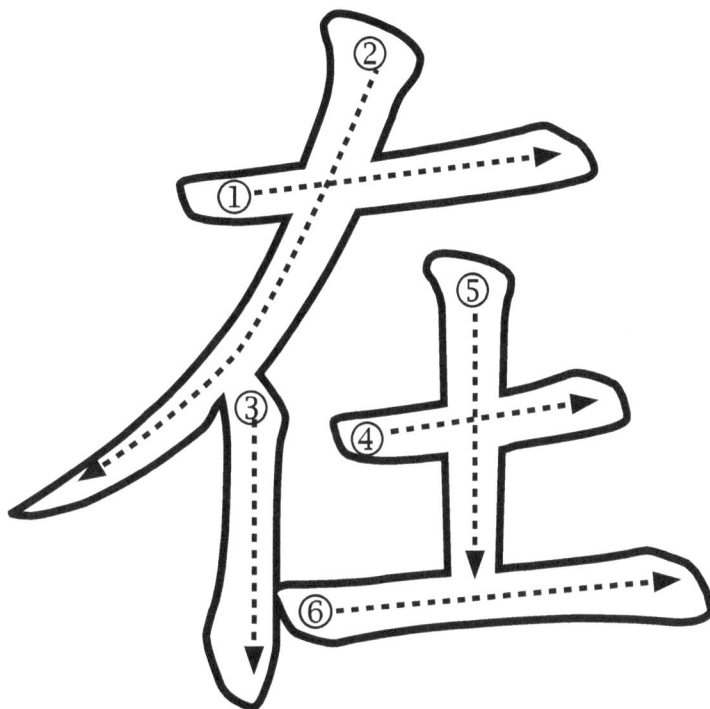

zài	zài	zài	zài	zài
一	才	才	在	在

zài				
在				

SIT

坐 **zuò**

zuò   xià

坐 下

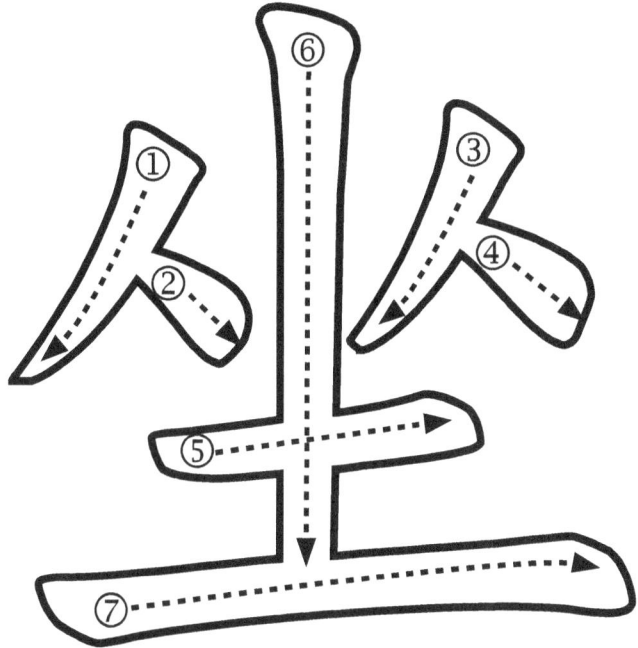

zuò

zuò	zuò	zuò	zuò	zuò
zuò	zuò			
坐	坐			

GO

去
qù

qù　ba

去吧

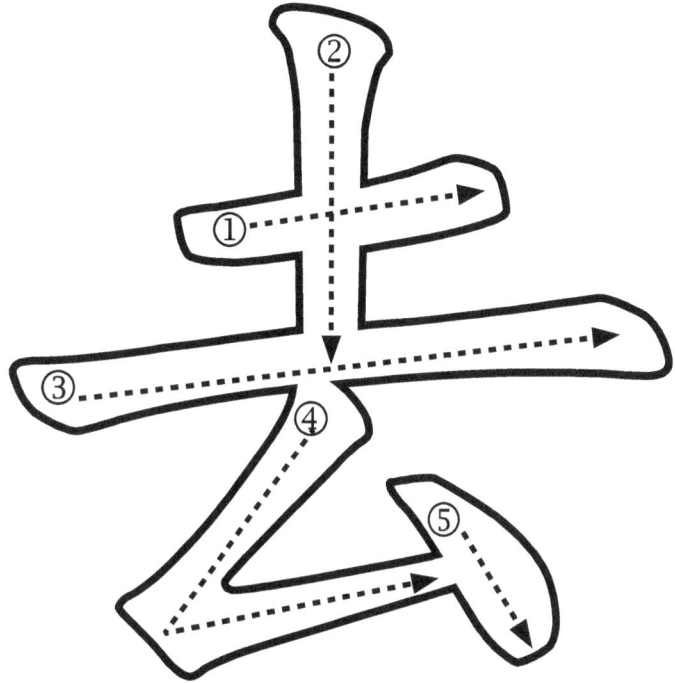

qù

qù	qù	qù	qù	qù
一	十	土	去	去

TUMMY

肚 dù

dù　zi
肚子

dù

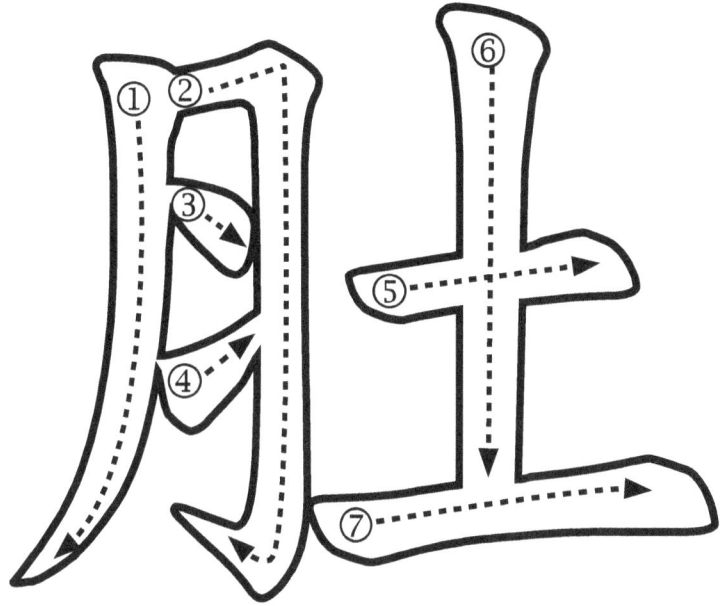

dù	dù	dù	dù	dù
丿	刀	月	月	月一

dù	dù			
肚	肚			

AND

和 hé

hé

和

wǒ hé nǐ

我 和 你

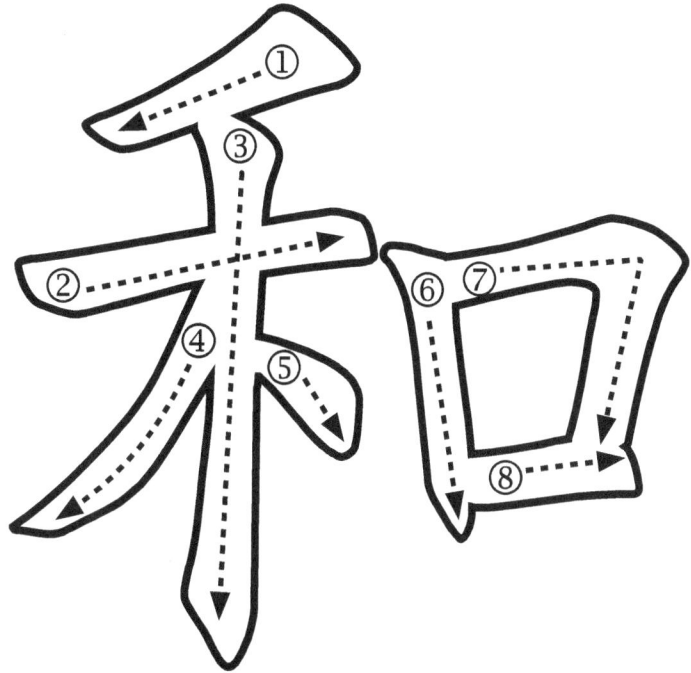

hé	hé	hé	hé	hé
一	二	千	禾	禾
hé	hé	hé		
禾	和	和		

MEAT

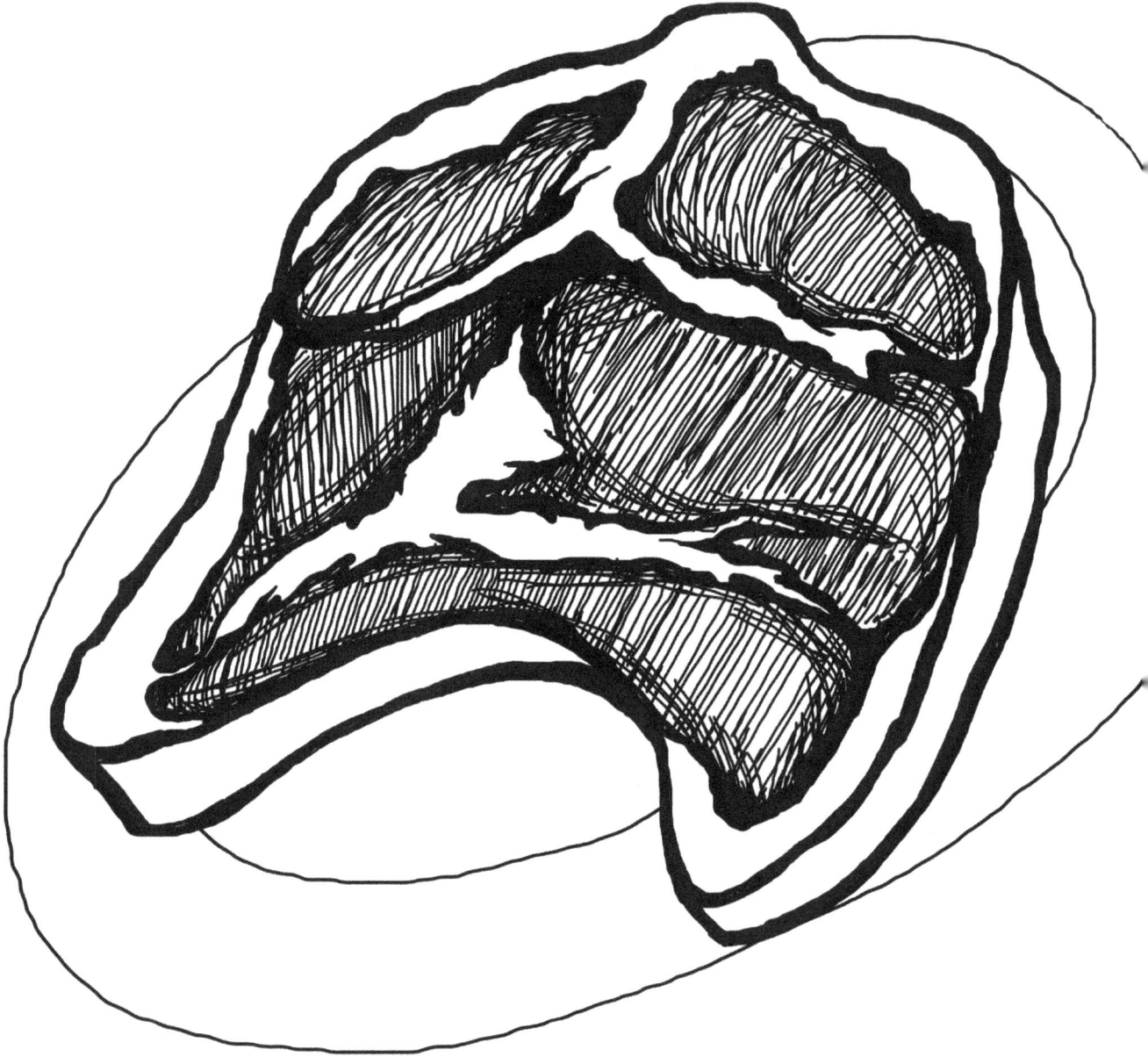

肉

ròu

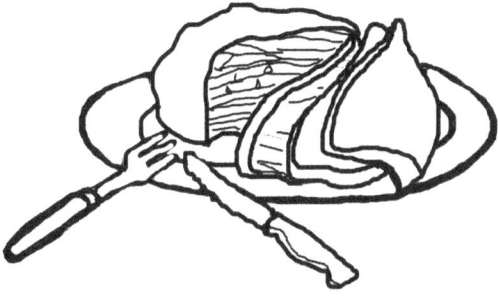

niú   ròu
牛 肉

ròu

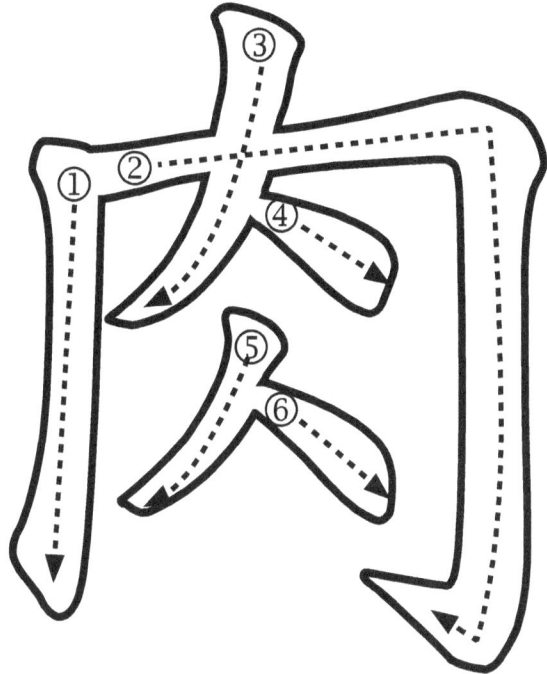

ròu	ròu	ròu	ròu	ròu
一	冂	内	肉	肉
ròu				
肉				

EYE

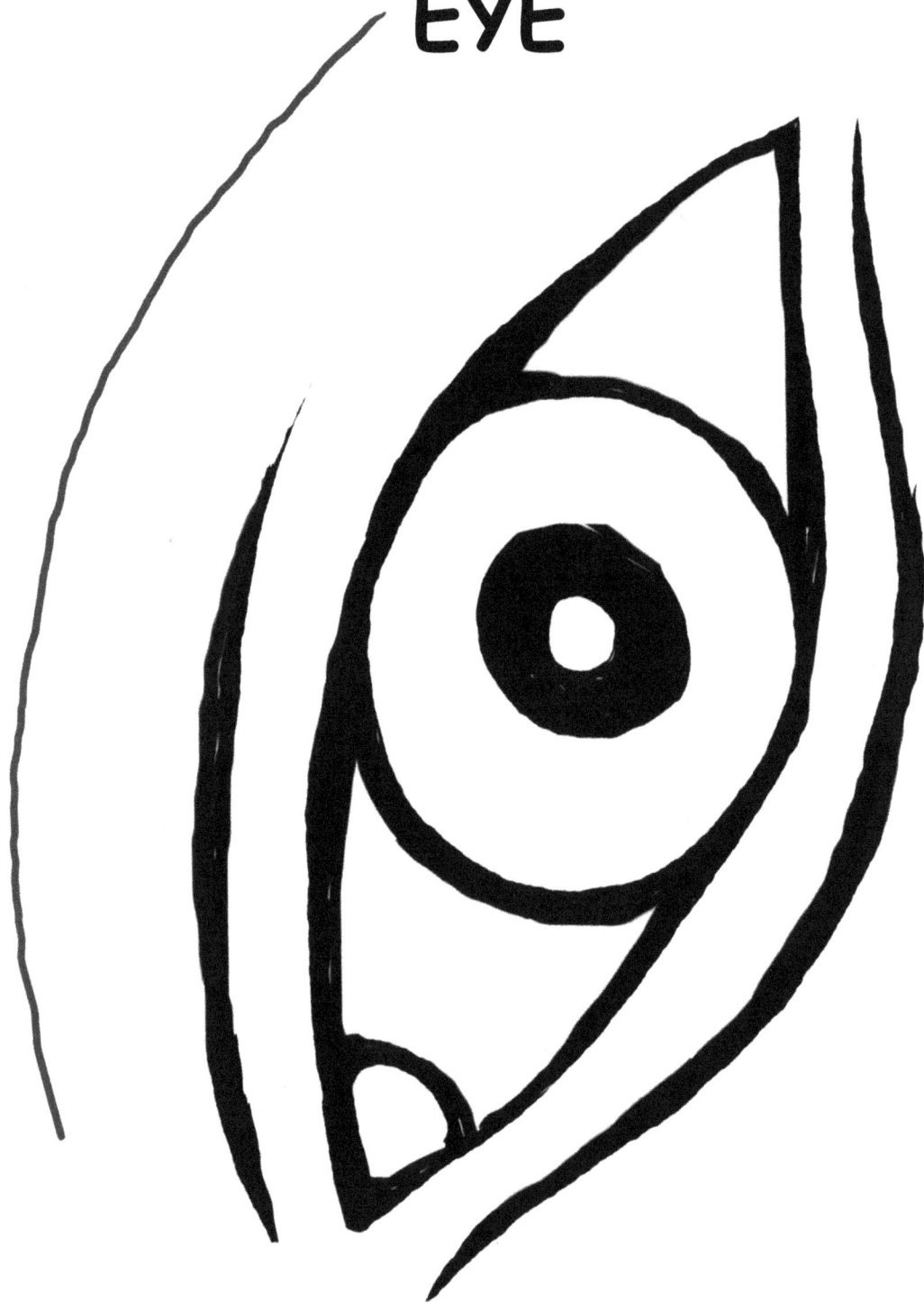

目

mù

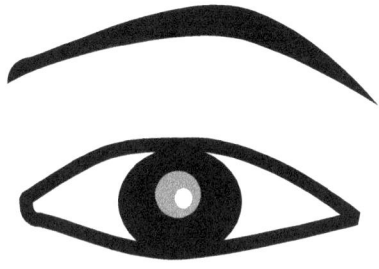

mù

mù guāng
目 光

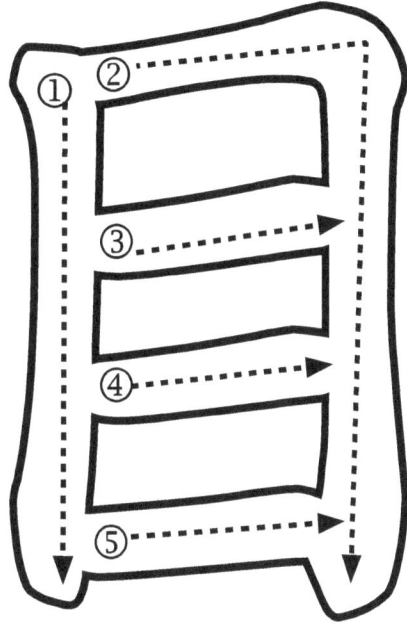

mù	mù	mù	mù	mù
丨	冂	冂	目	目

EAR

耳
ěr

ěr duo
耳朵

ěr

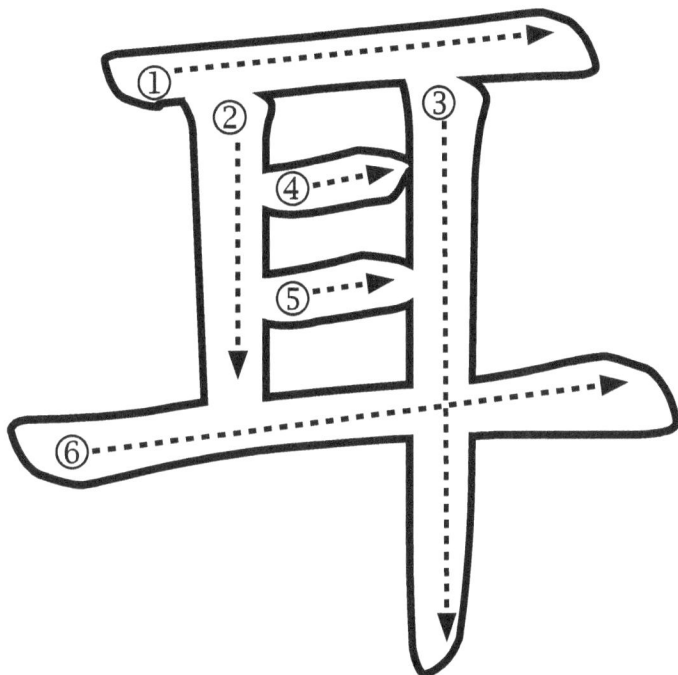

ěr ěr ěr ěr ěr

ěr

TONGUE

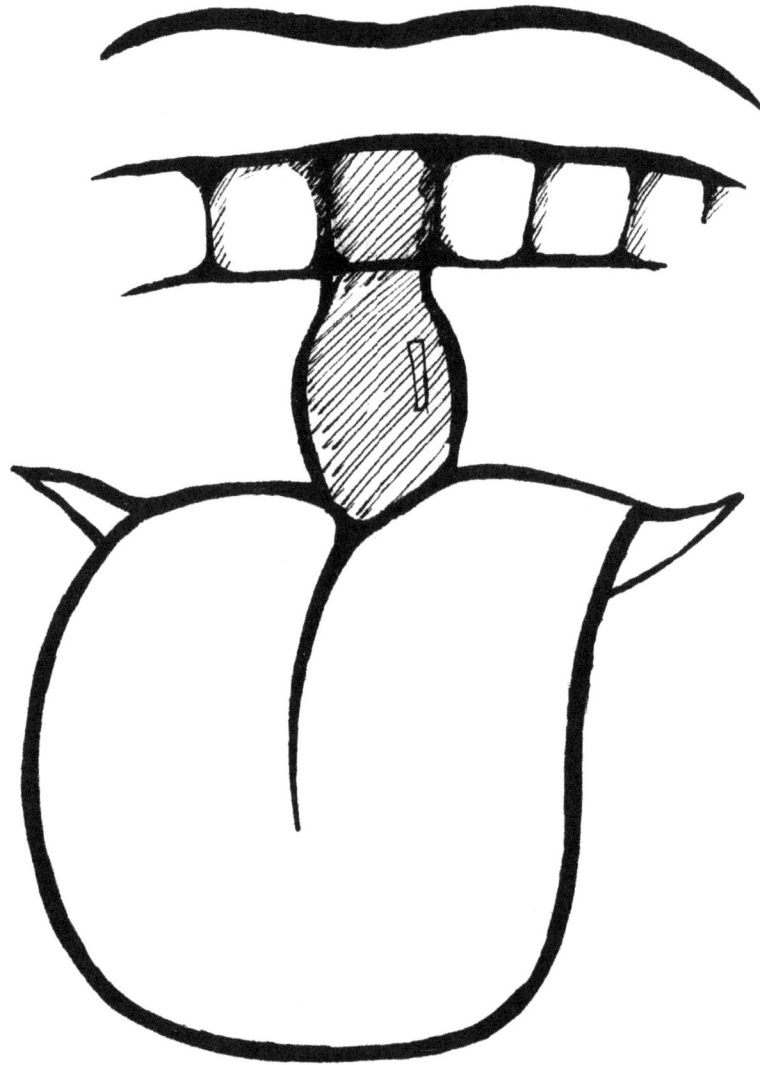

舌

shé

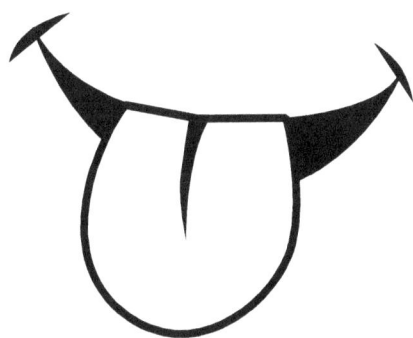

shé   tou

舌头

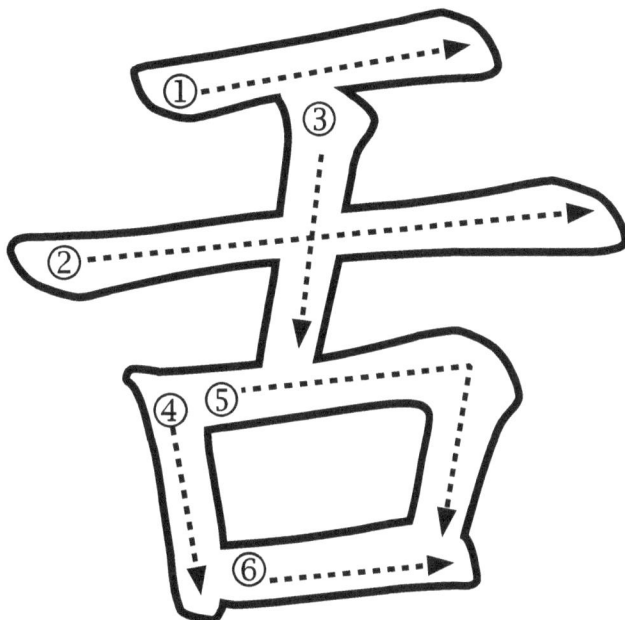

shé

shé	shé	shé	shé	shé
shé				

TOOTH

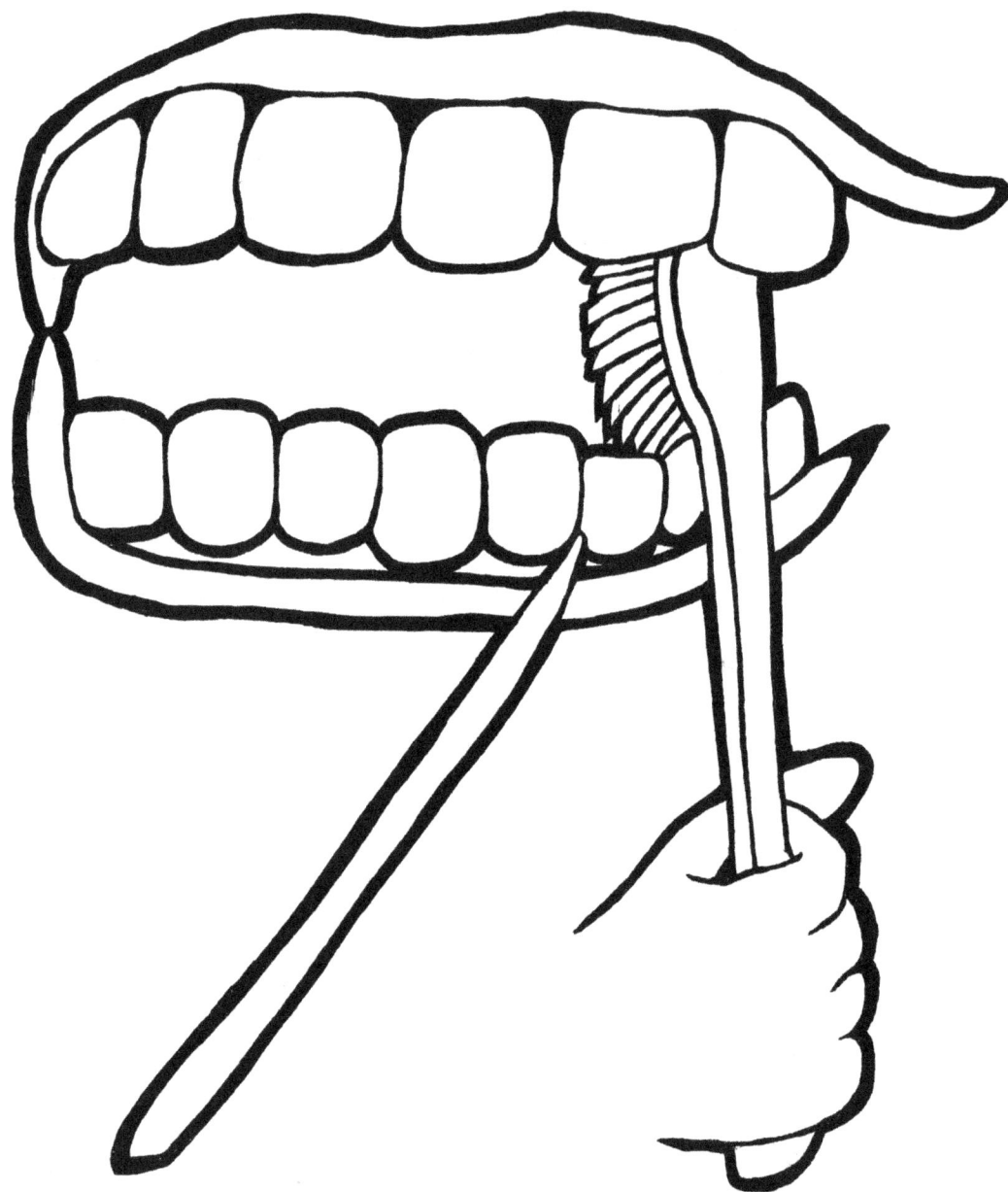

牙

yá

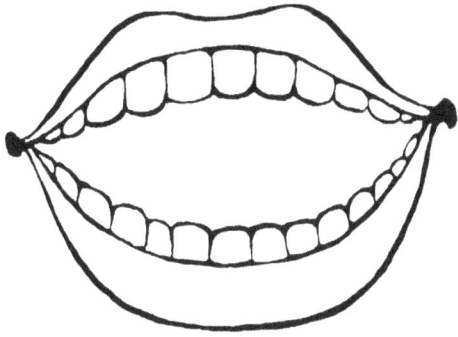

yá chǐ

牙齿

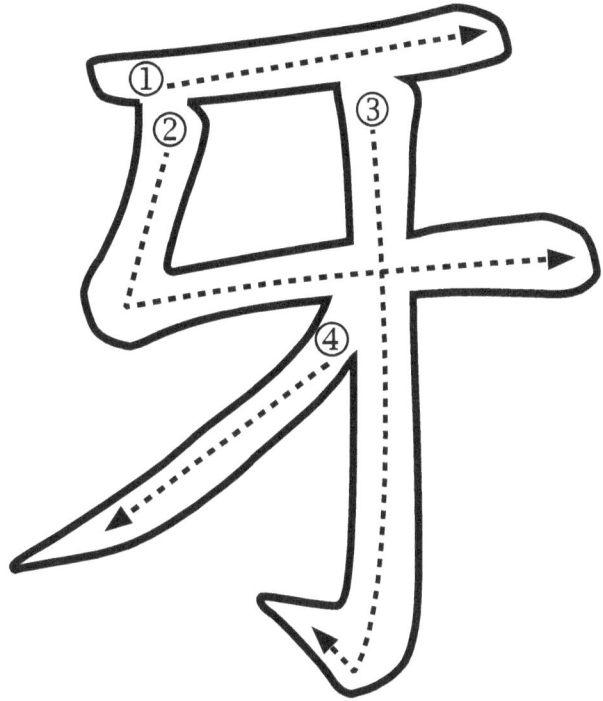

yá	yá	yá	yá	

HEART

心 xīn

ài　xīn
爱心

xīn

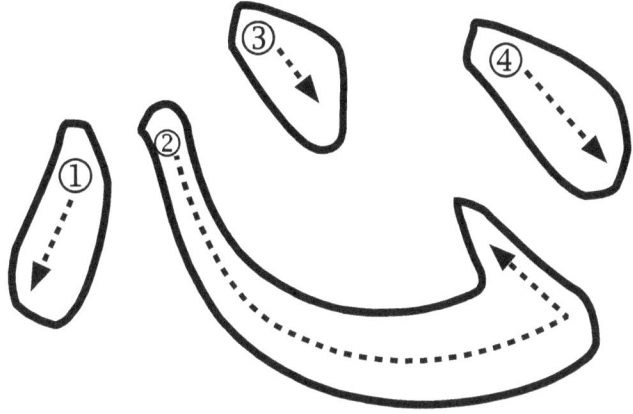

GOOD

好 hǎo

hǎo

hǎo   de

好 的

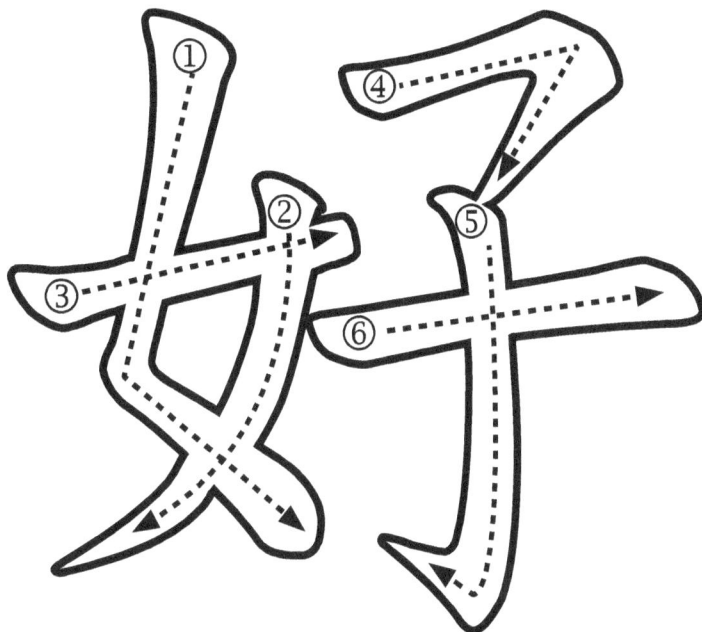

hǎo	hǎo	hǎo	hǎo	hǎo
乚	女	女	好	好
hǎo				
好				

POSITIVE, STRAIGHT

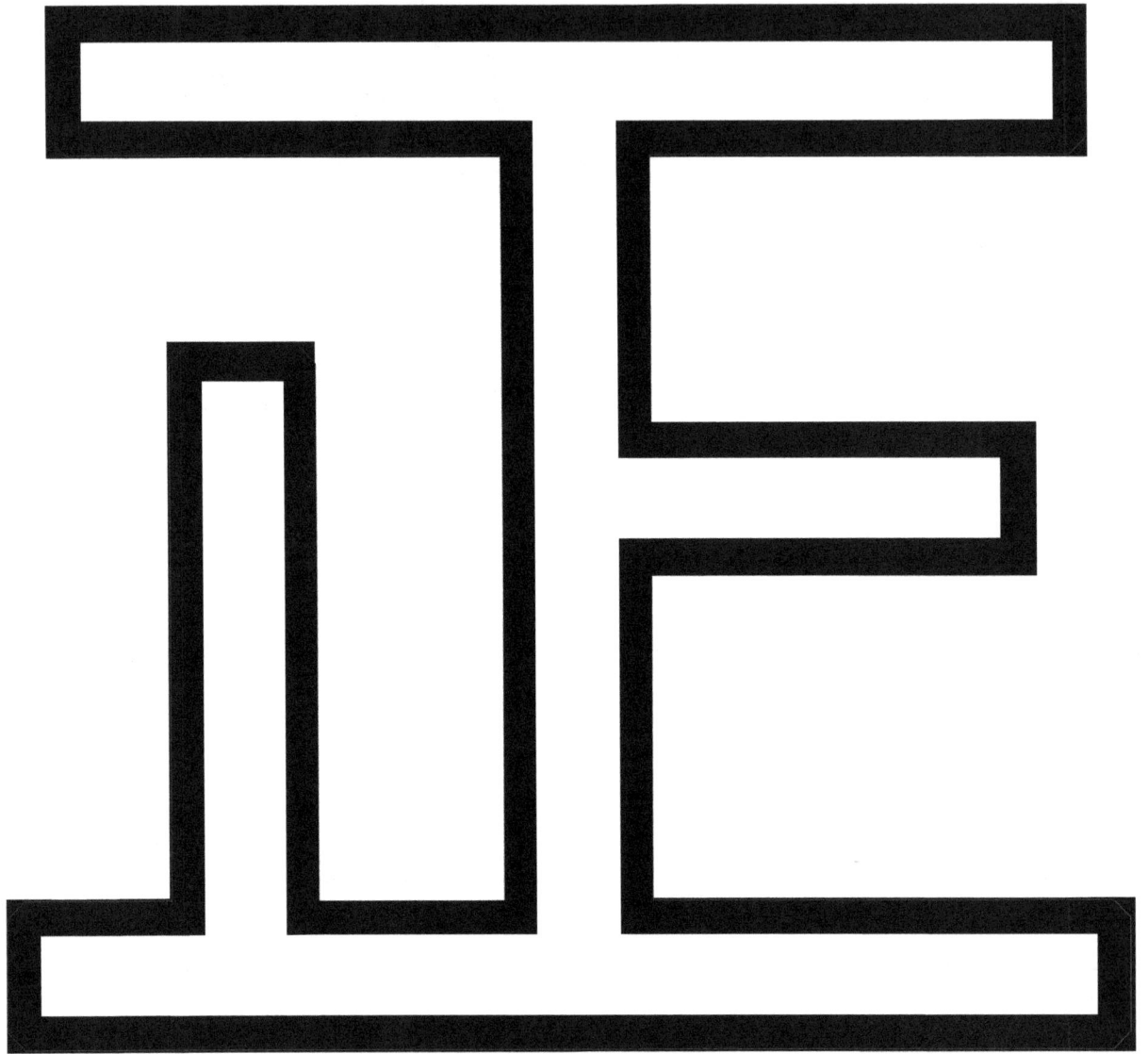

正

zhèng

zhèng hǎo

正好

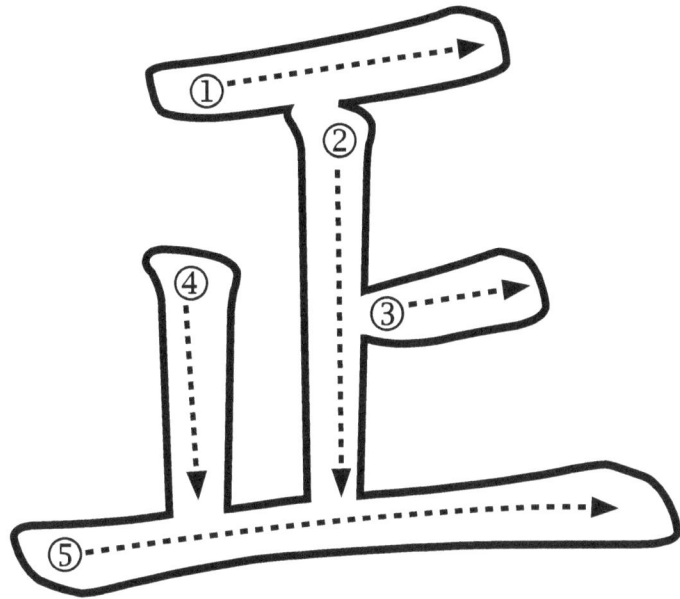

zhèng	zhèng	zhèng	zhèng	zhèng
一	丁	下	正	正

SNOW

雪
xuě

xià　xuě

下雪

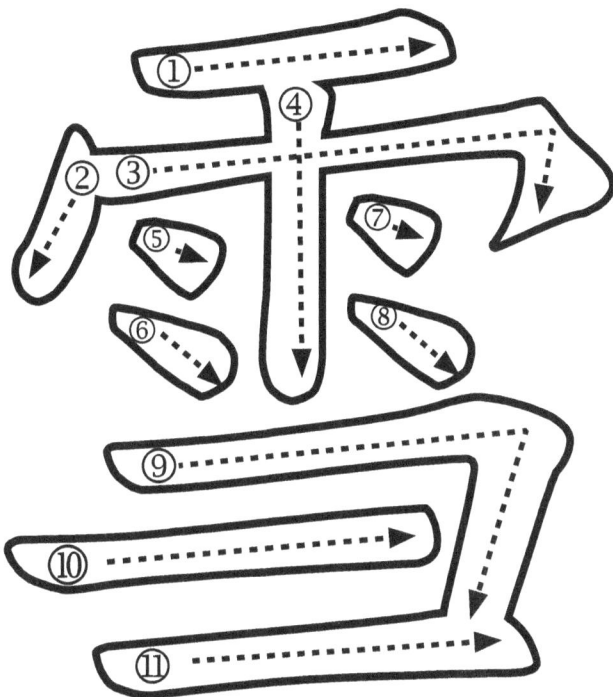

xuě	xuě	xuě	xuě	xuě
xuě	xuě	xuě	xuě	xuě
xuě				

GROUND

地 dì

dì

tǔ　dì
土 地

BAMBOO

竹

zhú

zhú   zi
竹子

zhú

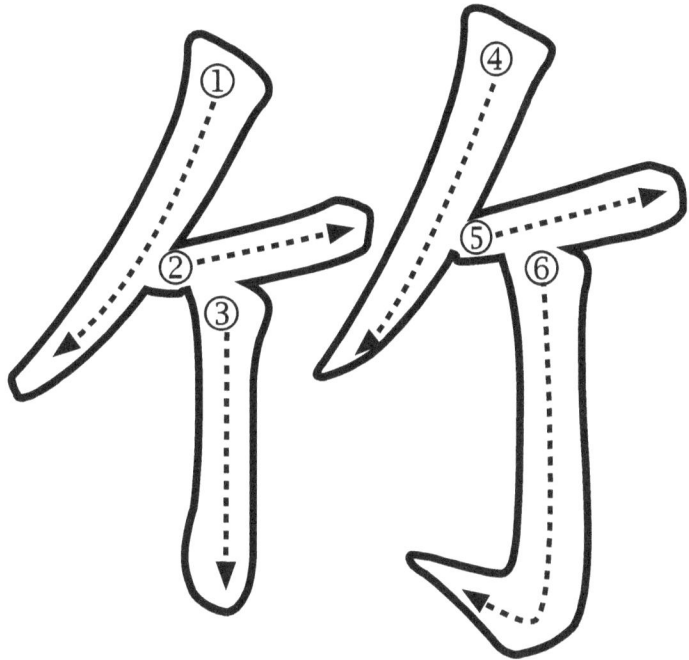

zhú	zhú	zhú	zhú	zhú

zhú				

YOU

你 nǐ

nǐ   de
你 的

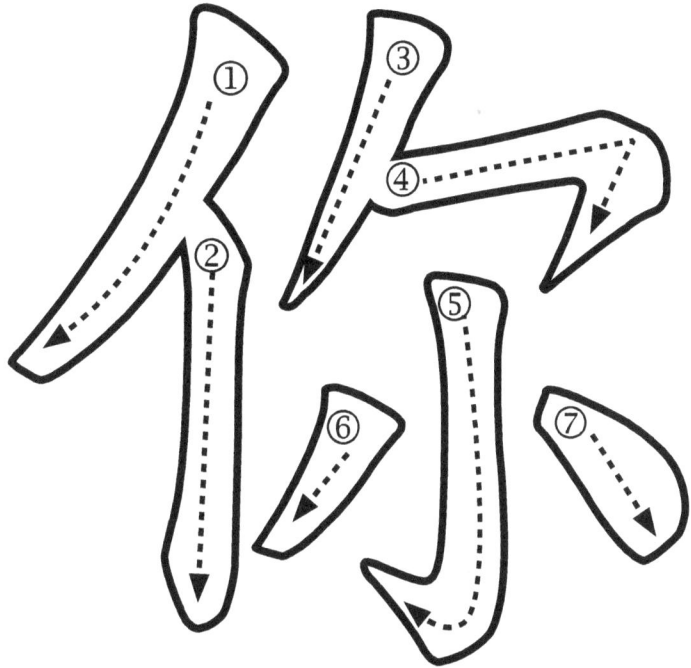

nǐ	nǐ	nǐ	nǐ	nǐ
丿	亻	亻	你	你
nǐ	nǐ			
你	你			

HE, HIM

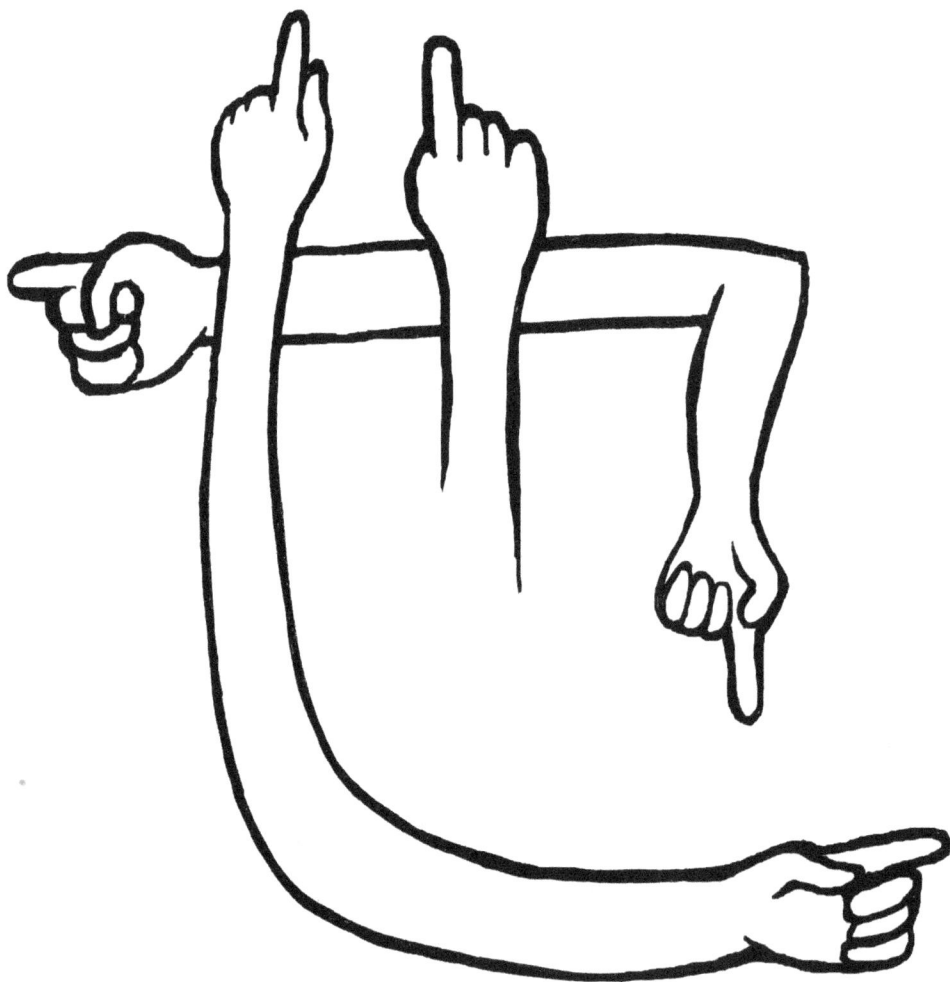

他 tā

tā   de

他 的

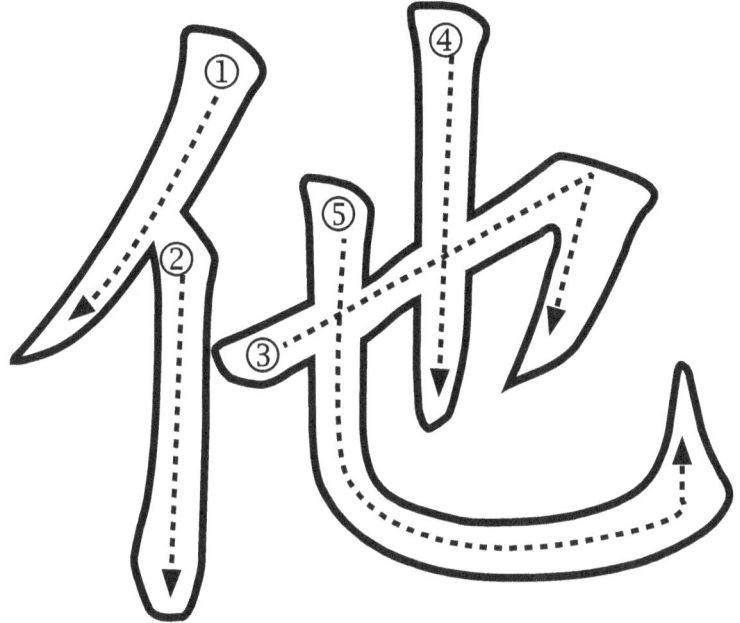

tā   tā   tā   tā   tā

www.ingramcontent.com/pod-product-compliance
Lightning Source LLC
Chambersburg PA
CBHW081243020426
42331CB00013B/3281